CHATUVULU

DGOPALAKRISHNAIAH DGOPALAKRISHNAIAH

పీఠిక

ఆంధ్రరత్న గోపాలకృష్ణుని 'చాటువు' లను చిన్న పొత్తమును యిప్పటికి ముప్పదియేండ్ల క్రిందట మొదటిసారిగ ప్రచురించియుంటిమి నాటికి నేడిది ద్వితీయముద్రణ ప్రథమ, ద్వితీయ ముద్రణలలోని భేదములు బహు స్వల్పములు "ఎంకిపాటల" పై గోపాలకృష్ణుని తీక్ష్ణవిమర్శ కొన్నిచోట్ల అశ్లీలముగ నున్నదని ముఖ్యముగ మిత్రులు శ్రీ ఆచార్య రంగాగారి కోరికపై యీసంపుటిలో వదలివేయబడినది ఇట్లనే రెండు అసంపూర్తిపద్యములును తీసివేయబడినవి అనేకమిత్రుల కోరికపై ఆంధ్రనాయకుని గూర్చిన పద్యము నూతనముగ యిచ్చట జేర్చబడెను

ఇందలి పద్యముల సంఖ్య బహుస్వల్పము అయినను వీని నేల ప్రచురించవలెను ?

(1) ఆధునిక ఆంధ్రులలోనేగాక యావద్భారతమందును గల మహామేధావులలో మన ఆంధ్రరత్న మొక్కడు. అట్టి వాడు తన సమకాలీక ఉద్యమములు, వ్యక్తులు, పై గూర్చి అప్పుడప్పుడు "చాటువు" గా జెప్పిన భావములు చారిత్రిక ప్రాముఖ్యత బడయగలవని నా అభిప్రాయము,

(2) ఆంధ్రరత్నము వస్తుత భక్తుడు శ్రీరాముడాతని ఇష్టదైవము ఇతని పద్యములో దాదాపు అన్నియు శ్రీరామునికే అంకిత మొనర్పబడినవి అట్టితని యింకొన్ని గ్రంథములైనను ముఖ్యముగ 'శ్రీరఘునాథ ప్రబోధము' వారి భక్తివాఙ్మయలోకమునకి ప్రాకటకు నావకాశమందును

(3) ఇందలి విశేషపద్యములో హాస్యరసము సుప్రసిద్ధము ఈపద్యములు వాంభాగము "శౌక్యారాయ పత్రములనియు తనను 'హాస్యరతి' యనియు, తాను 'బాలకృష్ణుడ' ననియు గోపాలకృష్ణుడే చెప్పుకొనెను ఆ రోజులలో అతనికి తెల్గులోకము 'హాస్యగాడు, వికటకవి 'సుంకరకొండాయ' అని విమర్శించుకపోలేదు హాస్యరసప్రదర్శనలో తెనుగుసీమ లోకీనాధకవి తెనాలి రామకృష్ణులను స్మరింపజేసినవాడు, ఆంధ్రరత్నము,

(4) ఈచాటువులు మిక్కుటముగ హాస్యరసస్ఫూరితము లైనను యిందలి గూఢార్థములు పరమార్థనాధకములు ఉదా - "సుంకరకొండాయ పద్యములో తాను శంకరుని అపరావతారమనియు 'వెక్కిరింతల వెటకారి వేదాంతములను ఇమిడియుండుట 'లక్ష్యమొక్కటియు లేకుండుట అమనస్కసూచకము "నాన్ కో ఆపరేషన్ నాయకుడు" అను పద్యములో అసహాయోద్యమ మపజయము బొందిన

ప్పుడు "ముందుగతులెల్లా ఖామందువీవు" అను సూక్తి భక్తిమార్గములో అత్యున్నతమగు 'సర్వధర్మాన్ పరిత్యజ్య' అను స్థితిని సూచించును "ఆంధ్రవాణీవిలాసము" లోని "నీదు కోడలిమానంబు నిలుపవయ్యా" అనునది పిల్లలమర్రి పినవీరభద్రుని "వాణి నారాణి" సంప్రదాయమును జ్ఞప్తికి దెచ్చును. ఆ ధ్రినాయకులందలి లోపములు వర్ణింపుచు 'తపములేసిదె యెన్నరే సకములెల్ల? అనుసూక్తి సంపూర్ణ భక్తిశ్రద్ధలతో గూడిన తపోదీక్షయే మనకెల్లరకు శరణ్యమని బోధించును ఇట్టి మహనీయుని చాటుపద్యములు ఆంధ్రమహాజనులకు సంపూర్ణ సమాదరణీయము లగునని ఆశించుచున్నాను.

గోష్ఠి అమలాపురము
క్రోధి సం॥ర చైత్ర శు ౧ లు
(15-3-1964)

గుమ్మిడిదల వెంకటసుబ్బారావు

శ్రీరస్తు

ఆంధ్రరత్న గోపాలకృష్ణుని పాటువులు.

శ్రీ రంగనాద ప్రబోధము

కదా వా కావేరీవిమలసలిలప్రాఙ్గణనట
చ్ఛభాఙ్గం శ్రీరఙ్గం తమిళహృదయధ్వాన్తదళనమ్
తనో త్యాతిథ్యం మే నిజసదసి బన్ధచ్యుతియుతే
మహాన్తే త్యాక్రోశ న్నిమిషమివ నేష్యామి దివసాన్ ‖ ౧

కదావా శ్రీరఙ్గే భవరసతరఙ్గే ఫణితలే
శయానం స్వారాజ్యాసన ఘనశయానం హృదిభజన్
అయే రఙ్గస్వామిన్ తమిళజనసంభావితవిభో
ప్రసీదేతి క్రోశ న్నిమిషమివ నేష్యామి దివసాన్ ‖ ౨

శ్రీరఙ్గేశ కృపాళో తమిళజనసభాధ్యక్షదీక్షాంతరఙ్గ
స్వారాజ్యానన్దనిద్రాపరవశ ద్రుతముత్తిష్ఠ భో రఙ్గనాథ
త్రేతాయాం రామచన్ద్రాకృతిధృతభవతాప్రీణితైర్వాన్ధ
ష్ట్వాంధ్రోహాం వర్తమానాం తవభవనకథాంవక్తుమత్ర
తోఽస్మి ౩

పాశ్చీభాగే విశాలే జగతి సతతశీతోష్మసంగాద్విమికాభ్యాం
హిమస్థానే ఽత్రాన్తే ధృతఘరతసుతపాణిహారే కృపాణే
ఆస్థ్రియాం పాశ్చవిద్యావికసరనృపయుశ్శిశ్శ్రుజ్ఞభజ్ఞావసానే
ఆయాతా స్త్వాఙ్గ్లజాతా వణిజగణమిషే శాస్త్రచిత్రార్థతన్త్రా ।

బిభ్రాణా వామనత్వం ప్రపితమమద పృథివ్యాం తు సంపాద్య దేశాన్
ద్వీపాన్ యూరప్సమీపాం స్తదను దశదిశాక్రాన్తఖండాన్త
రస్థాన్
ఏషా సామ్రాజ్యశాలా జ్వలితరవినిరస్తాంశుమాలా విశాలా
తేషాత్వత్రాష్ట్రసిద్ధ్రాపుపశరమయస్వామ్యసర్వార్థభూమ్యై

వాణిజ్యార్థం సమాజః పరికలితమతోఽనేకవర్షాన్ నబార్షి
దార్ఢ్యావర్త్రప్రివృత్త్రాఖిలకలహాతతే పంచతన్త్రప్రపఞ్చమ్
నిక్షిప్యాక్షిప్య రాజ్ఞాం క్రిమగమితసుధాసేతుశీతాచలాన్తం
ఆఙ్గ్లే రాజ్యే ఖిలమిలితి మభూ త్తస్య వశ్యావయంతు ॥ ౬

త్రాతమూఢాధిక్యస్తదానీం గతవినుతనియన్త్రన్స్వాన్త సంజాతనీతిః
విద్యాత్వపాశ్చాత్యవిద్యా విపశుజలఫలోద్భూతపాషాణపశ్యా
యాతి క్లాన్తిం ధరిత్రీ లవణమపి పణగ్రస్తమాస్తక్యశూన్యాః
నిస్తేనాస్సే ప్రజావై హృతసకలకలోద్భూతసద్రాదరిద్ర్యా ॥ ౭

ధర్మ్యాఖ్యానదానాధ్యయనజపతపశ్శీలసత్యవ్రతాదీన్
సన్త్యజ్య స్వీయధర్మాన్ సరధచరా భూసురాదోషపూరా

అన్యైశ్శక్యాగ్రహైన్యేత్వహితజనవచోద్భిన్నఖిన్నాన్తరఙ్గాః
సర్వేషాంగ్లైయదేతత్తృణభరణకణా ప్రీతిముత్పాదయన్తి ।

దృష్ట్వా దాస్థిత్యమేతద్విధికృతమితి సంశోధ్య కారుణ్యసాన్ద్రి
వ్యామోహవ్యూహదాహావ్రితతులితగృహీతోగ్రసత్యాగ్ర
హో యః

ప్రేమాశాన్తప్రశాన్తవ్రితప్రణుత మహీ మోహనాఖ్యో
మహాత్మా

గాన్ధిస్స్వారాజ్యగన్ధేఽవిచలదధునా సఖ్యవైముఖ్యమోగమ్ ॥ ౯

(ది 2–10–1922 తేదీన శ్రీరంగములోఁ జెప్పినవి)

—

శ్రీ రామలింగేశ్వరస్వామి

(ఈ పద్యము శ్రీరామనగరున 7-3-1925 న శ్రీరామాలయమునకు
శంకుస్థాపనచేయు సమయమునఁ జెప్పఁబడినది)

సీ॥ శ్రీగిరిజాసతీ స్మితముఖాంభోరుహా
సారస్యమధుపానసమయములను
బ్రహ్మాదిమునిముఖ్య ప్రార్థితదానవ
సంతానసంహారసమయములను
వరకుచేలాదిభూసురభక్తసంత్రాణ
సంరంభసాదృశ్యసమయములను
నవయుగోదయవేళ భవనమంచితవస్తు
సంతానముసృజించుసమయములను

తే॥ గీ॥ ప్రళయతాండవ ముద్దండలీల వెలయు
రాజరాజేశ్వరీతనో రాజ్య మేలు
సమయముల నాడుఁ బలుకులజాడ వినుము
రామనగరీవరాంగ! శ్రీరామలింగ!

శ్రీ రామచంద్రుఁడు

శ్రీవిభుఁడు శ్రీరామచంద్రుఁడు
భూవిభుఁడు కోదండరాముఁడు
భువిని వెలసెను రామనగరిని
కవిజనాశ్రయుఁడై ॥

శ్రీవరుఁడు సుగుణాభిరాముఁడు
భవుఁడు శ్రీ కోదండరాముఁడు
అవనిభారముఁ బాప మాపురిఁ
బవనసూనుని గూడి వెలసెను
కవనగాన వినోదవాక్సుమ
సవన మర్పింతున్ ॥

ప్రతిమారాధన

(ది 2-2-26 న గుంటూరుపురమున వేమనశతకము లోని యీ క్రింది పద్యములను జదివినమీఁదట జెప్పన పద్యములు)

ఆ॥ తోలుకడుపులోనఁ దొడ్డవాఁడుండఁగ
రాతిగుళ్ళ నేల రాశిఁబోయ
రాయి దేవుఁడైన రాసులమ్రింగదా
విశ్వదాభిరామ వినుర వేమ

ఆ॥ శిలలఁజూచి నరులు శివుఁడని భావింత్రు
శిలలు శిలలెకాని శివుఁడు కాఁడు
తనదులోని శివునిఁ దా నేల తెలియఁడో
విశ్వదాభిరామ వినుర వేమ

ఆంధ్రరత్న సమాధానము

శిలలోన గల్గు జీవునిఁదెలియక
వాని సిశ్పలతేయు వానిపరతఁ
దెలియ కిట్లు బ్రేలఁ దెలివియగునట నీకు
వినయ మెవుడుగల్గు వెఱ్ఱివేమ ?

తోలుకడుపువాఁడు సోలెఁడైనను గోరు
రాశియైనను శూన్యరాశినైన
ముట్టకుండనె మెచ్చు చట్టుదేవుఁడు రోరి
తెలియ కిట్లు తూలితేల వేమ ?

శ్రీ మంగళగిరి నృసింహస్వామి

(ఆంధ్రరత్నము 1926 సం॥రములో కొంతకాల మౌషధసేవం జేయుచు మంగళాద్రియం దుండెను అప్పటినుండి కి 23-6-26 న తామ [illegible] చెప్పిన పద్యములు)

ఉ॥ ఎండల కోర్వలేక యిటు లింటికి వచ్చితి నంతెగాని నీ
యండను వీడలేదు భవదంఘ్రియుగంబు సదా మదీయహృ
న్మండలి నిల్పినాడ ననుమానము వీడవె నాదుజాడ్యమున్
జెండవె మంగళాద్రినరసింహ సుధాలయ పానకాలయా॥

ఉ॥ ఎండల కోర్వలేక జామి యింటికి వచ్చితి మంగళాద్రికిన్
రెండవసాటి రామనగరిక్షితియంచును దొల్లి త్రేత కా
లాంగపురామచంద్ర విమలాకృతి గొనటు నీవకావె మా
కండగనిల్చి ప్రోతువు శుభాద్రినృసింహ సుధాలయ పానకాలయా॥

మహాత్ముని యుపవాసము

(1924 సంవత్సరమున ఢిల్లీయందు జరిగిన శ్రీగాంధీమహాత్ముని యుపవాస సందర్భమునఁ జెప్పిన పద్యము)

సీ॥ వాదవైఖరిఁ దోలి వేదాంతరతిఁ దేలి
స్వారాజ్యపారంబుఁ జేరుకొనుటకు
వ్యవహారనయసమన్వయభవ్యమార్గ మా
నేత్యాగస్థలిఁ బ్రతిష్ఠించుకొనుటకు
హింసాపథాగత ధ్వంసితాధర్మంపు
వంశం బహింసచే వర్ధిలుటకు
లోకకళ్యాణమ్ముఁ జేకూర్ప నాత్మార్ప
ణమ్మును నర్షికధమ్ముఁ దుదకుఁ

బూనినాడు మహాత్ముఁడు ఘోరతమమ్ము
బాపఁగా నేడు మహోపవాసవ్రతము
ముక్తినుము హరార్త వేళలు మూగిన విశ
తామనగరీనరేంద్ర! (శ్రీరామచంద్ర)

తన్ను గూర్చి

(1920 సం॥రములో మహానందియందు జరిగిన యాంధ్రమహాసభా సమయమున బందరు పెద్దలు కొందఱు తనను 'సుంకర కొండ' యని యెగతాళి సేయగా నిచ్చిన జవాబు ఇందు తాను శంకరుని యపరావతారమని చెప్పుకొనెను)

క॥ బింకాలు పలుకు బందరు
శంకల మీంకార మెల్లఁ గీడ్వడసేయున్
శంకరుఁడె మహానందిని
సుంకరకొండాయ యాయెఁ జోద్యం బేరా?

* * * +

సీ॥ వేదాంతములతోడ వెక్కిరింతలతోడ
లెక్కప్లి పాగించు లీల నెవఁడు
లక్ష్య మొఱటిరేక యక్షగానములతో
కాలంబు వృథబుచ్చు ఘనుఁ డెవఁడు
చీరాల పేరాల చిన్నగ్రామంబుల
దోస మెన్నక కొంపఁదీసె నెవఁడు
'ఆంధ్రరత్నం' బనుచు గహామికతోఁ బెద్ద
పిన్నలంచును మది నెన్నఁడెవఁడు
[ఆంధ్రరత్నం బంచు నధమపక్షము సుంక్రి
కొండడై యరికోటిఁ జెండు నెవఁడు]
అట్టి గోపాలకృష్ణుని హాస్యసరళి
గోలకృష్ణునిఁగాఁ జేసి కొఱతఁదీర్చెఁ
గాక(పట్టు) పగ్గములుండునే "గాడ్డు"కైన
రామనగరీనరేంద్ర॥ శ్రీరామచంద్ర॥ [1925]

నాన్ కోఆపరేషన్ నాయకులు

సీ॥ గాంధిదేవుని రాక గాంచు భక్తులుఁ గాక
కరతాళశబ్దాల దరువుఁగోరె*
దేశబంధుని దశ ద్రిపసాలతోఁ దీరె
రాజగోపలచారి బూజుఁబట్టె
కొండవెంకటప్పన్న ఉండిలేకుండెను
బాయిషుచేల్లు నిర్భాగ్యులైరి
లాలలజపత్రాయి కోలుపోయెను శ్రద్ధ
చండి సరోజని పండిపోయె
ఆలీసు గోలీలఁ గేళిసవాల్ మాని
ఖాళిగ తాలీలపాలఁబడిరి
జమ్నలాలూసెట్టి తుమ్నవీపుఁబట్టి
ఖద్దరుకాన్సబ్ సద్దుచుండె

మొదటి తాకిడి కింతటి మోసమయ్యె
ఖ్యాతి కొక్కఁడు నిల్చె మా మోతిలాలు
ముందుగతు లెట్టులౌనో ఖామందు వీవు
రామనగరీన రేంద్ర! శ్రీరామచంద్ర॥

—+—

* "పురుషోత్తముఁ డనుకొన్నాము ఉత్తమపురుషుఁడైనాఁడు"

ఆంధ్రవాణివిలాపము

సీ॥ రామలింగారెడ్డి సీమరాజుల షెరిఫ్
చేరి నన్ బొందంగ గోరుచుండె
గంధికోమటి నన్ను హిందిచే నెట్టించి
బందిలోఁ బెట్టింపఁ బంపుచుండె
పండితుండను వాడు తిండికై వెండికై
చండాలుకడనైన నుండుచుండె
తొత్తిమేరు కవిగాళ్ళగతు లయోమయములై
నన్ను వీథినిఁబెట్ట నెన్నుచుండె

అకట! దిక్కెవ్వరింక నా కవనియందు
అనుచు నేడ్చుచునున్నది యాంధ్రవాణి
నీదుకోడలిమానంబు నిలుపవయ్య
రామనగరీనరేంద్ర! శ్రీరామచంద్ర॥

*   *   *   *

సీ॥ దామెర్ల రాముణ్ణి సీమలో మెచ్చారు
యెంకిపాటలు నింగి కెక్కుచుండె
వంగవాసి ఘటర్జి నింగిలీషు కజన్ను
మెచ్చి గ్రంథాల్యాప్తిఁ జచ్చవేసె

*కవుతరయ్యాకు మాళ్ళు ఖండాంతరంబుఁ
గొప్పగొప్పోళ్లంచు గొలపుట్టె
అడవిబాపడిపేరు పడలే దదింకాను
కడుతుంది దొరలలోఁ బడినయపుడు

కళలు పుట్టెను తెలుంగులగడ్డలోన
ననుచు "క్రిటికులుఁ" ఘోషింతు రౌను గాని
మనకుమాత్రము గర్వింపమానె నేమొ
రాఘునగరీవరేంద్ర! శ్రీరామచంద్ర!

---

* కవుతా శ్రీరామశాస్త్రిగారు

బాపట్ల

సీ॥ భావనారాయణస్వామి నీమముఁబూను
గుడిలోని వేదాంతగోష్ఠితోను
శివదివాణము కాడ ‘సినిమ నాట్యమ్మాడ
సంధ్యాటన వీడు సాంబశివుఁడు
దేశాంతరులనీతి కోశాంకముగఁ బాతి
ఆశాంతమును జూతు రవనిసురలు
పతుగలింతుం లేక యితరు లంతకు రాక (?)
రసికత్వము హసించు రాజవీధి

పంచభూతములవి బారె నంచులకును
పుర మరాతులదయ్యెను భూతమేమొ!
బాగుఁజేయుము బాపట్ల వేగ మీవు
రామనగరీనరేంద్ర! శ్రీరామచంద్ర!

నరసారావుపెట

సీ॥ గృధ్రవాయసవారభద్రభంగి వాసించు
మిద్దెకొండలకాంతి మేహాకాంతి
ఈ ంబంగాంబుఁ గడుపారఁ గన్నకం
సాల కౌశికు కట్టి నేలమట్టి
లంకాపురాధీశు పంకాలలోఁ బుట్టి
పైఁబడి బ్రతిమాలు పైరుగాలి
చలికాడు కోటయ్య యిఁవీడి కొండెక్క*
గంగ వొచ్చెను భూమిగర్భశరణ

అకట! నరసన్నరాయని వికటపేట
గగన మొక్కటి కల దాదుఁ గఱవుదీర
గాక నేగెదె ప్రఁవీడి కాననముకు
రామనగరీవరేంద్ర! శ్రీరామచంద్ర!॥

---

* కోటప్పకొండ

గుంటూరుపురము

(గుంటూరులో పురపాలకసంఘము తరఫున గ్రంథాలయము తెరచు సందర్భమున తాను అస్వస్థతగా నున్నందున కూర్చొని యుపన్యసించెదనని గోపాలకృష్ణుఁడు చెప్పగా సభలో నెవ్వరో 'అస్వస్థతగా నుండగా నెందుకిచ్చటికి వచ్చినా'రని యసభ్యముగాఁ బల్కిరి. అందుపై సభలో గల్లోలము చెలరేగెను. తుదకు గోపాలకృష్ణుఁడీ పద్యము ఆశువుగా జెప్పి సభికులను దృష్టించి సభను శాంతింపఁజేసెను)

సీ॥ సకలోద్యమవ్యాప్తి కకలంకనిలయమై
  శరణిచ్చుపురము గుంటూరుపురము
తిక్కనాదిమదాంధ్రదిగ్గజేంద్రవిహార
  సారభూతలము గుంటూరుపురము
దేశకల్యాణసందేశనిర్వహణాఖ్య
  యోరాధ్యభూమి గుంటూరుభూమి
ఆంధ్రావని స్వారాజ్యాప్తి యా వేళల
  మా రాజధాని గుంటూరుపురము

నాగ పాలింపుసభుఁడు శ్రీనడిమిపల్లి
ఐ సభా విభుఁడింతేల సరసలిల*
రాకయుండునె పాలింపుఁ బోకయైన
రామనగర నరేంద్ర! శ్రీరామచంద్ర!

---

* శ్రీ నడిమిపల్లి నరసింహారావుగారు పురపాలకసంఘాధ్యక్షులుగానుండిరి

గుంటూరివారు

(ది 26-2-26 తేదీన గుంటూరుజిల్లామహాసభకు ఆహ్వానసంఘాధ్యక్షులుగ గోపాలకృష్ణుడు పత్రికలకొసంగిన స్వాగతపద్యము)

సీ॥ శ్రీమదాంధ్రావనీ క్షేమాభికాంక్షా వి
స్తారపూరితులు గుంటూరివారు
తిక్కనాది మహాంధ్రదిగ్గజేంద్రవిహార
సారభూవరులు గుంటూరివారు
నిఖిలాంధ్రనేతృత్వ నిరుపమప్రజ్ఞాప్ర
కారపారగులు గుంటూరివారు
ధర్మసంగ్రామసందర్భనిర్భర వాక్య
పూరాగ్రవరులు గుంటూరివారు

వారలిచ్చుచున్నారు స్వాగతంబు
ధర్మదీక్షితులగు సభాస్తారతతికి
చేరి నటియింపు వారి హృత్స్థలమందు
రామనగరీనరేంద్ర శ్రీరామచంద్ర॥

ఆంధ్ర నాయకులు

సీ. కొండవెంకటప్పన్న గుండుసున్నగదన్న*
గోపాలకిట్టాయి కొక్కిరాయి।
టంగటూరు ప్రకాశ మింగిలీషుపిశాచి
నాగేశ్వరుడు వట్టి నాగుజెముడు।
పట్టాభిసీతన్న తుట్టెపురుగుగదన్న
ఉన్నవలచ్చుమన్న దున్నపోతు।
గొల్లపూడ్సీతన్న కల్లుకేవిక బోడి
బులుసు సాంబడు వట్టి పుట్టుకుంక।
అయ్యదేవరవాడు పెయ్యనాకుడుగాడు
అయ్యంకి రమణయ్య దయ్యమయ్య।
డాక్టర్ సుబర్మణ్య మాక్టింగ్ పులిస్టాపు
దువ్వూరి సుబ్బమ్మ దృష్టిబొమ్మ।

అనుమ బలుకదు రాంధ్రుల నపనియందు।
గాంధిశిష్యునిమతములో గలసినపుడు।
తపములేనిదె యెన్నరే జపములెల్ల।
రామనగరీ నరేంద్ర! శ్రీరామచంద్ర॥

---

* From hero to zero

ఆంధ్రసభాధ్యక్షులు

సీ॥ ఒయ్యా నరసిమ్మయ్య బ్రహ్మలోకానుండె
న్యాపతి సుబ్బన్న చూపుతగ్గ
పానుగంటి విబుండు ప్రథమప్రధానుఁడై
ప్రభుచెంతను జేరి యొదిగియుండె
మోచర్ల రామన్న ఖేచరుండై యుండె
* కే వి కృష్ణారావు కీర్తిమిఁగిలె
పట్టాభిసీతన్న గట్టుగా కాలంబు
'జన్మభూమి' నిఁ జేరి జరుపుచుండె

వీరలందఱు మాఁడరేట్వోధివారు
ఆంధ్రసభ మున్న నేలి రత్యాదరమున
నేడు మనపాల బడియెను నిశ్చయముగ
రామనగరీ నరేంద్ర శ్రీరామచంద్ర॥

---

* శ్రీ శ్రీ॥ పోలవరం జమీందారుగారు

ఆప్తవాక్యము

(శ్రీయుత నడింపల్లి నరసింహారావుగారికిఁ జెప్పినది)

సీ॥ సత్త్వమూర్తివి నీవు సతత తామసగుణా
క్రాంత ప్రాంతభ్రాంతరంగ మద్ది
దానశీలుఁడ వీవు దానవాంఛితదీన
నిర్ణయాంతరపూరదుర్ణయ మది
త్యాగభోగివి నీవు రాగసాంగత్య సం
జాతపాతకకర్మవ్రాత మద్ది
బ్రాహ్మణోత్తముఁడ వీవ బ్రాహ్మణాంగ్లేయ
దాంపత్య దస్సంప్రదాయ మద్ది

అని మునిసిపాల్టి వర్ణింతు ననవరతము*
నాదు ప్రాణంపుసఖునకు నయముమీర
గలుగ నిమ్మెపు డాత్మీయజ్ఞానపటిమ
రామనగరీ నరేంద్ర! శ్రీరామచంద్ర!॥

---

* చీరాల నాయకుండైన గోపాలకృష్ణుండీపద్యముం జెప్పుట యెంతయు సమంజసముగ నున్నది. తన పరిష్కృత పురపాలన 'పానాదిపాన పరిపాలన' యని యాతం డొకానొకసమయమునఁ జమత్కారముగ నుడివెను

కాశీనాథుని నాగేశ్వరరావుగారు

సీ॥ ఆంధ్రపత్రికతోడ నమృతాంజనం బిచ్చి
తలనొప్పిఁ బాపెడి ధన్యుఁడెవఁడు
లక్షలాదిగ డబ్బు దీక్షతో సమకూర్చి
భిక్షకోటినిఁ గాచు దక్షుఁడెవఁడు
పత్రికాన్ఫరెన్సును గతినీవెయని వేడ
ప్రెసిడెంటుగా నేలు రసికుఁడెవఁడు
మితవాదిహితుఁడౌచు నతివాదగతుఁడౌచు
నందు నిందునుఁ జేరు డెవఁడు

అట్టి కాశినాథుని నాగయాహ్వయుండు
పుట్టకుండిన నాంధ్రంబు పుట్టిమునిఁగి
గిట్టకుండునె యేనాడొ యట్టెనిల్గి
రామనగరీ నరేంద్ర' శ్రీరామచంద్ర॥

టంగుటూరు ప్రకాశం పంతులుగారు

సీ॥ అరవవాగ్వ్యాపార మచ్చు దానొత్తుచు
*మలయాళభగవతిఁ గొలుచునెవఁడు
అగ్నిసాక్షిగఁ గొన్న నంబుజాక్షినివీడి
ధనయశఃకాతల దగిలెనెవఁడు
ఆంధ్రకాంగ్రెసు సభాధ్యక్షతఁ జేబూని
భారతావని నేలఁ గోరునెవఁడు
లోకసగ్రహదీక్షఁబాకి పైకెక్కి తా
"స్వారాజ్య" మందంగ గోరునెవఁడు

కాలభైరవభీకరోగ్రానలప్ర
కాశమూర్తియై గ్రాలుఁ బ్రకాశమూర్తి
కలుగ దేశానికింకేమి గల్గు కొదువ
రామనగరీనరేంద్ర! శ్రీరామచంద్ర॥

---

*స్వరాజ్యపత్రిక కప్పటిసంపాదకుడగు కీ॥ శే॥ కె యం పనిక్కరుగారు

కాన్పూరు కాంగ్రెస్

సీ॥ గంగామహాదేవి గంజిపోసినఁ ద్రావి
గతిమాలినారు రా కానుపూరు
వాల్మీకి ఋష్యాది వాటికలకు వన్య
కాటి కిప్పటి పేరు కానుపూరు
ఝాంతస్వాతంత్ర్యఘోరాహవోద్భవ
ఖడ్గహూకవిహారు కానుపూరు
వాల్మీకి వాక్కుతో లాల్మీలి* మాతతో
కాస్త్రపాలిలనూరు కానుపూరు

నేటికొచ్చెను కాంగ్రెసు వేటగాడు
శక్తి లేదింక నీయెడ భక్తి లేమి
గాక నీయెడ యత్తింటి గతి యదేల
రామనగరి నరేంద్ర! శ్రీరామచంద్ర!॥

---

* లాలిమ్లి మిల్సు

స్వేతరీతులు

సీ॥ వెంటవెంటనె పోయి గుంటజంటను దెచ్చి
యొంటిగంటకు నింట   చుంట
షాపుదాపులఁజేరి కైపు నోపుగఁజేసి
కావ మాపగలేక గోప్రుచుంట
హాటుహోటళ్లలో దూరి పాటుపాటువి మంచి
యేటుప్లేటుల దెచ్చి యీటుచుంట
రాసవాసములందు డాసిలెస్సీల సం
దేసు గూసులచిందు*లేసు చుంట

స్వేతరీతులు బూతులు నీతు లుత్త
పోలిటిక్సును
డబ్బు దబ్బుగఁ గోల్పోయి డాబుగాను
ఆంధ్రభూమినిఁ దిరుగుదు వాధవాని

---

*Eat - తినుట

*The ass dance and the goose dance-పాశ్చాత్య నాట్యరీతులు

చదువుమోపైన చానలు

సీ॥ ప్రీక్షకు పాపిళ్ళు నిక్కిన ముక్కోళ్ళు
వాడిపోయినమోము బీడు×ళ్ళు
ఎండిపోయిన . పండిపోయిన ముళ్ళు
కాళ్లకు మేజోళ్లు కళ్లజోళ్ళు
ముళ్లుగట్టినజుట్టు ముళ్ళుపెట్టినకట్టు
నక్కి గుట్టినబట్ట నడుము తట్ట
సందుచేసినచంక కందిపోయినడొంక
పలుచఁబాఱినతొడ పలకలమెడ

గూనిరెక్కలు చుక్కాని లేనివాణి
పసిడిపళ్ళను ఊళ్లిన ముసలిపెదవి
చదువు మోపైన చానలచండ మాక
రామనగరీ నరేంద్ర! శ్రీరామచంద్ర!

బందరుసభలు

(1925 బందరు ఆంధ్రరాష్ట్రీయ మహాసభలఁగూర్చి)

ఒడాయికోర్లన్న, కాంగ్రెసు
బడాయికోర్లన్న-
బందరులోన సందడిచేసిరి బ॥

విందులు చిందులు తందనాలతో
వందలకొలదిగ సందడిఁజేసిరి బ॥

పొట్టమాటలను చాటుధారలను
వోటుకు, రైటుకు లోటుపడక బహు
బూటకములతో, నాటకములతో
ప్లాటుఫారమున ఘాటుగ వాగిరి బ॥

శాసనసభాబహిష్కారముంగూర్చి

(కారాగారవిముక్తుఁడై వచ్చుచు మదరాసునగరమునం దిచ్చి
యుపన్యాససందర్భమున జెప్పినది)

న యాచే రిఫారం - నవా స్టీలుఫ్రేముం
న కౌన్సిల్ నతు ప్రీవీకౌన్సిల్ పదం వా
స్వరాజ్యార్థీ హ్యాంగ్లరాజ్యే నియన్తా
ఫరంగీ ఫిరంగీ దృగంగీ కరోతు॥

—

హాస్యచక్రవర్తి – దుగ్గిరాల గోపాలకృష్ణయ్య,

కొన్ని ఆంధ్రరత్నసూక్తులు

బెజవాడలో నొక ఆంగ్ల దినపత్రిక స్థాపించవలెనని డాక్టర్ పట్టాభి సీతారామయ్యగా రొకతూరి ప్రయత్నించేరు సభ జరిగింది 'Wanted an English Organ for Andhras' అని కరపత్రం ప్రచురించేరు సభలో గోపాలకృష్ణయ్య గారిని మాట్లాడమన్నారు ముందు నిరాకరించేరు బలవంతం చేయగా, 'మాట్లాడ్డాని కేముంది? ఇందాకా డాక్టర్ గారే శెలవిచ్చేరు–ఇప్పు డాంధ్రులకు ప్రత్యేకంగా Organ లేదు ఇంతవరకు మనవాళ్ళు బెసెంటుగారి Organ New India' పత్రికతోనే కాలక్షేపం చేస్తున్నారు' అన్నాడు – సభంతా గొల్లుమంది

1920 మహానంది సభలో కొండజాతనిని "సుంకర కొండాయ వేషమని గేలిచేస్తే, ఆంధ్రరత్న సమాధానం "బింకాలు పలుకు ఆనేపద్యం 1924లో చెన్నపురిలో జరిగిన ఆంధ్రమహాసభలో వందనసమర్పణ చేయవలసివచ్చినది. అందఱినీ క్షమించేదు ఆరోజులలో దేశకంటకులుగా భావింపబడిన సి. ఐ, డీ ల ప్రస్తావన యెత్తుకున్నాడు, ఆంధ్ర

రత్నం 'ఇప్పటి స్త్రీ పురుషులకు కూడా మన వందనాలు వాళ్లు సభలకి అవసరమే 'వెధవలేని పెళ్లి వెలవెల పోయిందన్నట్టు, పెద్దలు లేని సభ గద్దె కట్టదన్నారు.

◆ ◆ ◆ ◆

గుంటూరు కాంగ్రెసు ఆఫీసుకి ఆంధ్రరత్నం ఒకనాడు వెళ్లేరు. శ్రీ గొల్లపూడి సీతారామశాస్త్రి గారు ఖద్దర్ బోర్డు లెక్కలు చూస్తున్నారు. 'ఏంచేస్తున్నారు? శాస్త్రులుగారూ! తార్ఖీలు కూడుతున్నారా ఏమిటి?' అన్నారు

◆ ◆ ◆ ◆

1924లో కాంగ్రెస్‌లో స్వరాజ్యపార్టీ "నో ఛేంజి" (No Change) పార్టీలని రెండుపార్టీలుండేవి. గోపాలకృష్ణుడు కొంతవరకు స్వరాజ్యపార్టీ అభిమాని. రెండోపార్టీని "మారనిపార్టీ" అని చమత్కరించేవారు. ఈ రెండింటిలో ఏది మంచిదండీ? అని ఒకరు ప్రశ్నిస్తే, గాంధీగారి మెత్తదనం కంటె నెహ్రూగారి వెర్రితనమే బాగున్నట్టుందండీ!' అని ఆంధ్రరత్న సమాధానము. నో చెంజి పార్టీకి ఆరోజులలో గాంధీగారి అభిమానం ఉండేదని ప్రతీతి

◆ ◆ ◆ ◆

1921 లో బరంపురంలో ఆంధ్రసభలు జరిగేయి. అందరను తన రామదండులో చేరమని ఆంధ్రరత్నం ఉద్బోధించేరు. "అయితే తురకలమాట ఏమిటండీ?" అని ప్రశ్న

వచ్చింది అందుపై ఆంధ్రరత్న సమాధానం "వీరు చంద్ర వంకను ఆరాధిస్తారు శివుడు చంద్రశేఖరమూర్తి రుద్రమూర్తిన్ని అతనివలె వీళ్ళున్న రుద్రాభిమానులే తన నెత్తిమీద గంగను అలంకరింపజేసుకోవలసివచ్చుటచేత ఆపై యాజ్ఞపై అతడు తన శిరోజములను గడ్డము మీదకు 'ట్రాన్స్ఫర్' చేసుకున్నాడు అందుచేత ముసల్మానులంతా శివభక్తులే మనకు శివకేశవాభేదం గనుక వాళ్లూ ఈ రామదండులో చేరవచ్చును అల్లాని కొన్నిచోట్ల 'శంకర్ అలీఖాన్' అనికూడ పిలుస్తారు మీకింకా సందేహం వుంటే, హైదరాబాద్ నైజాంగారిప్పటికీ భద్రాద్రిరాముడికి ముఖ్యట్రస్టీ కావలిస్తే కనుక్కోండి!" అన్నాడు

♦ ♦ ♦ ♦

సుప్రసిద్ధ కవియైన ఉమర్ ఆలీషా గారొకసారి ఆంధ్రరత్న రామదండు నుద్దేశించి "రామదండు మిశ్రమ సమూహ మగుటచే దూష్యము కాదా? యని ప్రశ్నించెనట, అందుపై "ఉమ్రాలీషాకవి యేరమాసమండీ? అని ఆంధ్రరత్న సమాధానము

♦ ♦ ♦ ♦

స్వరాజ్యపార్టీ నాయకుడైన చిత్తరంజనదాసు (C R Das) గారిని ఒకసభలో యెదుర్చుచు, "నేనూ ఒక C R దాసునే – చీరాల రామదాసు!' అని చెప్పేరు

♦ ♦ ♦ ♦

ఒకతూరి గుంటూరు ఎ సి కాలేజీలో సభ డాక్టర్ రాధాకృష్ణయ్యగారు (ప్రస్తుత భారతాధ్యక్షుడు) వక్త – ప్రిన్సిపల్ రాయస్ట్రాక్ అధ్యక్షుడు – "India speaks,

www.ingramcontent.com/pod-product-compliance
Lightning Source LLC
LaVergne TN
LVHW080007230825
819400LV00036B/1278
* 9 7 8 1 1 7 4 9 0 5 5 5 1 *